சிறுவர்களுக்கான மாதிரி ஜெபங்கள்

பாகம் 1 & 2

பாகம் 1: 5 வயது வரை உள்ள சிறுவர்களுக்கு

பாகம் 2: 5 வயதுக்கு மேல் உள்ள சிறுவர்களுக்கு

ஏசுதாஸ் சலாமோன்

WOG BOOKS 113

First Edition 2025

Author / ஆசிரியர்:

Yesudas Solomon / ஏசுதாஸ் சாலொமோன்

Published By / பதிப்பு:

Bible Minutes, www.WordOfGod.in

Download / பதிவிறக்கம்:

www.WordOfGod.in and www.Archive.org

Contact Us / தொடர்புக்கு:

WhatsApp: +91 7676505599
Email: wordofgod@wordofgod.in

பொருளடக்கம்

என்னுரை

இயேசு கிறிஸ்துவின் நாமத்தில் அன்பின் வாழ்த்துக்கள். இந்த புத்தகம் ஒரு மனப்பாட ஜெபங்களாக பயன்பட வேண்டும் என்பது என்னுடைய நோக்கமல்ல. இதில் வரும் அத்தனை ஜெபங்களுமே மாதிரி ஜெபங்கள் தான்.

சிறு வயதில் இவைகளை மனப்பாடம் செய்ய வையுங்கள். அதே நேரத்தில் உங்கள் வீட்டில், உங்கள் சூழ்நிலைகளுக்கு ஏற்ப, எப்படி குறிப்புகளை சேர்த்துக்கொள்ள வேண்டும் என்றும் கற்றுக் கொடுங்கள். உங்கள் ஜெபங்கள் சிறுவர்களுக்கு முன்மாதிரியாக இருக்கும்படி, அவர்கள் முன்பாக ஜெபித்து பழகுங்கள். அவர்கள் முன்பாக வேதம் வாசித்துப் பழகுங்கள்.

இந்த 40 ஜெபங்களில், ஸ்தோத்திர ஜெபம், நன்றி ஜெபம், கிருபையின் ஜெபம், பரமண்டல ஜெபம் ஆகிய நான்கு ஜெபங்களையும் தினமும் காலையிலும் இரவிலும் ஜெபிக்க வையுங்கள்.

நீங்கள் ஒரு சில மாதங்கள் பழக்கினால் போதும், பிறகு அவர்களே இதை தொடர்ந்து செய்ய ஆரம்பித்துவிடுவார்கள்.

பிள்ளைகளை வளர்க்க வேண்டிய விதத்தில் வளர்ப்பது நமது கடமை. சரியாக வளர்க்காமல், பிறகு வருத்தப்படுவதில் எந்த அர்த்தமும் இல்லை. கர்த்தர் தாமே உங்களுக்கு தேவையான ஞானத்தை கொடுத்து நடத்துவாராக!

ஏசுதாஸ் சாலொமோன்

10 ஜனவரி 2025

i

பாகம் 1:

5 வயது வரை உள்ள சிறுவர்களுக்கு

1. ஸ்தோத்திர ஜெபம்

துதிகளின் தேவனே,

* உங்களுக்கு ஸ்தோத்திரம்
* அப்பா பிதாவே ஸ்தோத்திரம்
* குமாரனாகிய இயேசுவே ஸ்தோத்திரம்
* பரிசுத்த ஆவியானவரே ஸ்தோத்திரம்
* சர்வ வல்லவரே ஸ்தோத்திரம்
* சர்வ ஞானியே ஸ்தோத்திரம்
* சர்வ வியாபியே ஸ்தோத்திரம்
* நல்லவரே ஸ்தோத்திரம்
* வல்லவரே ஸ்தோத்திரம்
* பரிசுத்தரே ஸ்தோத்திரம்
* காண்பவரே ஸ்தோத்திரம்
* காப்பவரே ஸ்தோத்திரம்
* எங்க கூட இருப்பவரே ஸ்தோத்திரம்

துதி, கனம், மகிமை அனைத்தும் உங்களுக்கே, இயேசுவின் நாமத்தில் ஆமேன்.

2. நன்றியின் ஜெபம்

நல்ல ஆண்டவரே,

* இந்த நாளுக்காக நன்றி
* என் கூட இருப்பதற்காக நன்றி
* உங்க கிருபைக்காக நன்றி
* உங்க அன்புக்காக நன்றி
* உங்க வசனத்திற்காக நன்றி
* பாதுகாத்தீங்க நன்றி

- ஆசீர்வதிச்சீங்க நன்றி
- சந்தோஷத்திற்காக நன்றி
- சமாதானத்திற்காக நன்றி
- அப்பா அம்மாவுக்காக நன்றி
- அண்ணனுக்காக / தம்பிக்காக / அக்காக்காக / தங்கச்சிக்காக நன்றி
- தாத்தா பாட்டிக்காக நன்றி

இயேசுவின் நாமத்தில் ஆமேன்.

3. கிருபையின் ஜெபம்

கிருபையுள்ள தேவனே,

- உங்க கிருபைக்காக நன்றி
- எங்கள் மீது கிருபையாய் இருங்க
- பரிசுத்தமாய் வாழ கிருபை தாங்க
- உங்க சத்தம் கேட்க கிருபை தாங்க
- நீதிமானாய் இருக்க கிருபை தாங்க
- உத்தமனாய் இருக்க கிருபை தாங்க
- தினமும் புது கிருபையால் நிரப்புங்க

இயேசுவின் நாமத்தில் ஆமேன்.

4. பரமண்டல ஜெபம் - மத் 6:9-13

பரமண்டலங்களிலிருக்கிற எங்கள் பிதாவே,

- உம்முடைய நாமம் பரிசுத்தப்படுவதாக.
- உம்முடைய ராஜ்யம் வருவதாக;

- உம்முடைய சித்தம் பரமண்டலத்திலே செய்யப்படுகிறது போலப் பூமியிலேயும் செய்யப்படுவதாக.

- எங்களுக்கு வேண்டிய ஆகாரத்தை இன்று எங்களுக்குத் தாரும்.

- எங்கள் கடனாளிகளுக்கு நாங்கள் மன்னிக்கிறதுபோல எங்கள் கடன்களை எங்களுக்கு மன்னியும்.

- எங்களைச் சோதனைக்குட்படப்பண்ணாமல், தீமையினின்று எங்களை இரட்சித்துக்கொள்ளும்,

- ராஜ்யமும், வல்லமையும், மகிமையும் என்றென்றைக்கும் உம்முடையவைகளே,

ஆமென்.

5. முழு சரீர ஜெபம் / *Full Body Prayer*

அன்புள்ள தேவனே, குறைகளை மன்னிங்க. பரிசுத்தப் படுத்துங்க. பரலோகத்திற்கு தகுதிப் படுத்துங்க.

- தலை – நல்லதையே நினைக்கனும்

- கண் – நல்லதையே பார்க்கனும்

- காது – நல்லதையே கேட்கனும்

- வாய் – நல்லதையே பேசனும், நல்லதையே சாப்பிடனும்

- கை – நல்லதையே செய்யனும்

- கால் – நல்ல வழியில் நடக்கனும்

இயேசுவின் நாமத்தில் ஜெபிக்கிறேன் பிதாவே,
ஆமேன்.

6. காலை ஜெபம்

அன்புள்ள பிதாவே,

- இந்த நாளுக்காக நன்றி.
- இந்த நாளை ஆசீர்வதிங்க.
- காத்துக் கொள்ளுங்க.
- என் கூட இருங்க.
- என்னோடு பேசுங்க.

இயேசுவின் நாமத்தில் ஜெபிக்கிறேன் பிதாவே,
ஆமேன்.

7. இரவு ஜெபம்

அன்புள்ள தேவனே,

- இந்த நாளை ஆசீர்வதிச்சீங்க நன்றி.
- இரவு நல்ல தூக்கம் தாங்க.
- என் கூட இருங்க.
- என்னோடு பேசுங்க.

இயேசுவின் நாமத்தில் ஜெபிக்கிறேன் பிதாவே,
ஆமேன்.

8. வேத வாசிப்புக்கு முன்

- உமது வேதத்திலுள்ள அதிசயங்களை நான் பார்க்கும்படிக்கு **என் கண்களைத்** திறந்தருளும் – [சங் 119:18]

- கற்றுக் கொள்ளுகிறவர்களைப் போல கவனித்து கேட்கும்படி **என் செவிகளைத்** திறந்தருளும் – [ஏசா 50:4,5]

- உமது வேதத்தில் சொல்லப்பட்டவைகளை கவனிக்கும்படி **என் இருதயத்தைத்** திறந்தருளும் – [அப் 16:14]

ஆமேன்!

9. வேத வாசிப்புக்குப் பின்

அன்புள்ள தேவனே,

- உமது வசனங்களுக்காக நன்றி.
- இந்த வசனங்களுக்கு கீழ்படிந்து நடக்க கிருபை தாங்க.
- மனதில் தங்க வைங்க.

இயேசுவின் நாமத்தில் ஜெபிக்கிறேன் பிதாவே, ஆமேன்.

10. சாப்பிடும் முன்

அன்புள்ள தேவனே,

- இந்த சாப்பாட்டுக்காக நன்றி.
- இதை ஆசீர்வதிங்க.

- இதில் உள்ள நச்சுத் தன்மையை நீக்கி ஆரோக்கியப் படுத்துங்க.

இயேசுவின் நாமத்தில் ஜெபிக்கிறேன் பிதாவே, ஆமேன்.

11. பள்ளிப் போகும் முன்

அன்புள்ள தேவனே,

- போக்கிலும் வரத்திலும் பாதுகாப்புக் கொடுங்க.
- ஞானமும் ஞாபக சக்தியும் தாங்க.

இயேசுவின் நாமத்தில் ஜெபிக்கிறேன் பிதாவே, ஆமேன்.

12. பாடம் படிக்கும் முன்

சர்வ ஞானியான தேவனே,

- கவனமாய் படிக்க வைங்க.
- ஞானமும் ஞாபக சக்தியும் தாங்க.
- நல்ல *Hand Writing* தாங்க.
- என் கூட இருங்க.

இயேசுவின் நாமத்தில் ஜெபிக்கிறேன் பிதாவே, ஆமேன்.

13. பரீட்சைக்கு முன்

அன்புள்ள தேவனே,

- நல்லபடியா எழுத வைங்க.
- படித்தது, கேட்டது எல்லாத்தையும் ஞாபகப் படுத்துங்க.
- *Spellings* சரியா எழுத வைங்க.
- என் கூட இருங்க.

இயேசுவின் நாமத்தில் ஜெபிக்கிறேன் பிதாவே, ஆமேன்.

14. வெளியே போகும் முன்

அன்புள்ள தேவனே,

- போக்கிலும் வரத்திலும் பாதுகாப்புக் கொடுங்க.
- ஆபத்து விபத்துகளில் இருந்து பாதுகாத்துக் கொள்ளுங்க.

இயேசுவின் நாமத்தில் ஜெபிக்கிறேன் பிதாவே, ஆமேன்.

15. வீட்டிற்கு வந்த பின்

அன்புள்ள தேவனே,

- பத்திரமாக,
- பாதுகாப்பாக
- திரும்ப வர வச்சீங்க, அதற்கு நன்றி.

இயேசுவின் நாமத்தில் ஜெபிக்கிறேன் பிதாவே, ஆமேன்.

16. தனி ஜெபம்

அன்புள்ள தேவனே ஸ்தோத்திரம்.

* இந்த நாளுக்காக நன்றி.
* நல்லா படிக்கனும்.
* ஞானம் தாங்க.
* ஞாபகசக்தி தாங்க.
* சந்தோஷம், சமாதானம், சுகம், பெலன் கூட்டிக் கொடுங்க.
* வசனம் நிறைய படிக்கனும்.
* புது பாட்டு கத்துக்கணும்.
* ஆவியின் கனியில் வளரனும்.
* என் கூட இருங்க.
* என்னோடு பேசுங்க.
* என் ஜெபம் கேட்டதற்கு நன்றி.

இயேசுவின் நாமத்தில் ஜெபிக்கிறேன் பிதாவே, ஆமேன்.

17. குடும்ப ஜெபம்

அன்புள்ள தேவனே,

* இந்த நாளுக்காக நன்றி.
* அப்பா அம்மாவை ஆசீர்வதிங்க.
* அண்ணன்/தம்பிய ஆசீர்வதிங்க.
* அக்கா/தங்கச்சிய ஆசீர்வதிங்க.
* தாத்தா, பாட்டிய ஆசீர்வதிங்க.

- சந்தோஷம், சமாதானம், சுகம், பெலன் கூட்டிக் கொடுங்க.
- எங்க கூட இருங்க.

இயேசுவின் நாமத்தில் ஜெபிக்கிறேன் பிதாவே, ஆமேன்.

18. ஞாயிறு / Sunday

அன்புள்ள தேவனே,

- இந்த நாளை ஆசீர்வதிங்க.
- சரியான நேரத்தில் Church-க்கு போகனும்,
- கருத்தாய் பாடி ஆராதிக்கனும்,
- உங்க வசனத்தை கேட்கனும்.
- வசனத்துக்கு கீழ்படியனும்.
- என் கூட இருங்க.
- என்னோடு பேசுங்க.

இயேசுவின் நாமத்தில் ஜெபிக்கிறேன் பிதாவே, ஆமேன்.

19. சபை ஆரம்பிக்கும் முன்

அன்புள்ள தேவனே,

- சபைக்கு வர உதவி செய்திங்க நன்றி.
- உண்மையாய் ஆராதிக்க, துதிக்க, ஜெபிக்க வைங்க.
- கவனமாய் வசனம் கேட்க கிருபை தாங்க.

இயேசுவின் நாமத்தில் ஜெபிக்கிறேன் பிதாவே, ஆமேன்.

20. சபை ஆராதனை முடிந்தப் பின்

அன்புள்ள தேவனே,

- இந்த ஆராதனையை ஆசீர்வதிச்சீங்க நன்றி.
- கேட்ட வசனங்களுக்கு கீழ்ப்படிந்து நடக்க உதவி செய்யுங்க.

இயேசுவின் நாமத்தில் ஜெபிக்கிறேன் பிதாவே, ஆமேன்.

21. ஞாயிறு பள்ளி / Sunday School ஜெபம்

அன்புள்ள தேவனே,

- இன்று Sunday School -க்கு வர உதவி செய்தீங்க நன்றி.
- உண்மையாய் ஆராதிக்க, துதிக்க, ஜெபிக்க வைங்க.
- கவனமாய் வசனம் கேட்க கிருபை தாங்க.

இயேசுவின் நாமத்தில் ஜெபிக்கிறேன் பிதாவே, ஆமேன்.

22. உறவினர் வீட்டில்

அன்புள்ள தேவனே,

- இந்த நாளுக்காக நன்றி.
- இந்த வீட்டில் இருக்கும் பெரியவர்களை ஆசீர்வதிங்க.
- சிறியவர்களை ஆசீர்வதிங்க.
- சந்தோஷம், சமாதானம், சுகம், பெலன் கூட்டிக் கொடுங்க.
- இரட்சிங்க.
- பரலோகத்திற்கு தகுதிப் படுத்துங்க.

இயேசுவின் நாமத்தில் ஜெபிக்கிறேன் பிதாவே, ஆமேன்.

23. இரட்சிப்பின் ஜெபம்

(கோடிட்ட இடத்தில் நபரின் பெயரை சொல்லவும்)

அன்புள்ள தேவனே,

- _____________ஐ ஆசீர்வதிங்க.
- பாவத்தை மன்னியுங்க.
- பரிசுத்தப் படுத்துங்க.
- இரட்சியுங்க.
- ஆவியின் கனிக்கொடுக்க வைங்க.
- சீஷனாய் மாத்துங்க.
- பரலோகத்திற்கு தகுதிப் படுத்துங்க.

இயேசுவின் நாமத்தில் ஜெபிக்கிறேன் பிதாவே, ஆமேன்.

24. ஆம்புலன்ஸ் ஜெபம்

அன்புள்ள தேவனே,

- ஆம்புலன்ஸ்ல போறவங்கல காப்பாத்துங்க.
- தேவைகள் சந்திங்க.
- இரட்சிங்க.
- பரலோகத்திற்கு தகுதிப் படுத்துங்க.

இயேசுவின் நாமத்தில் ஜெபிக்கிறேன் பிதாவே, ஆமேன்.

25. ஜன்னல் ஜெபம்

(ஜன்னல் வழியாக பார்க்கும் போது தெரிகிறவர்களுக்காக ஜெபிப்பது)

அன்புள்ள தேவனே,

- இந்த நபரை ஆசீர்வதிங்க.
- இரட்சிங்க.
- உங்க பிள்ளையாக மாத்துங்க.
- தேவைகளை சந்திங்க.
- பரலோகத்திற்கு தகுதிப் படுத்துங்க.

இயேசுவின் நாமத்தில் ஜெபிக்கிறேன் பிதாவே, ஆமேன்.

26. எதிரிகளுக்கான ஜெபம்

அன்புள்ள தேவனே,

- என் எதிரிகளை ஆசீர்வதிங்க.

* நல்ல குணம் கொடுங்க.
* இரட்சிங்க.
* பரலோகத்திற்கு தகுதிப் படுத்துங்க.

இயேசுவின் நாமத்தில் ஜெபிக்கிறேன் பிதாவே, ஆமேன்.

27. ஆவிக்குரிய வளர்ச்சிக்கான ஜெபம்

அன்புள்ள தேவனே,

* என்ன ஆசீர்வதிங்க.
* வசனம் படிக்கனும்.
* பாட்டு பாடனும்.
* பெரியவர்களுக்கு கீழ்படியனும்.
* என் கூட இருங்க.

இயேசுவின் நாமத்தில் ஜெபிக்கிறேன் பிதாவே, ஆமேன்.

28. உலகப்பிரகாரமான வளர்ச்சிக்காக

அன்புள்ள தேவனே,

* நன்மை செய்யனும்.
* இரக்கம் காட்டனும்.
* அன்பாய் இருக்கனும்,
* கீழ்படிந்து நடக்கனும்.
* என் கூட இருங்க.
* என்னோடு பேசுங்க.

இயேசுவின் நாமத்தில் ஜெபிக்கிறேன் பிதாவே, ஆமேன்.

29. பிறந்தநாள் / *Birthday*

அன்புள்ள தேவனே,

- உம்மை நேசிக்கிறேன்.
- இந்த பிறந்த நாளுக்காக நன்றி.
- இந்த வருஷத்தை எனக்கு ஆசீர்வதிங்க.
- நான் செய்கிறதை ஆசீர்வதிங்க.
- புது கிருபைகள் தாங்க.
- என் கூட இருங்க.
- என்னோடு பேசுங்க.
- சந்தோஷம், சமாதானம், சுகம், பெலன் கூட்டிக் கொடுங்க.

இயேசுவின் நாமத்தில் ஜெபிக்கிறேன் பிதாவே, ஆமேன்.

30. நண்பரின் பிறந்தநாள் / *Friend's Birthday*

(கோடிட்ட இடத்தில் உங்கள் நண்பர் பெயரை சொல்லவும்)

அன்புள்ள தேவனே,

- _______________க்காக நன்றி.
- _______________ ஆசீர்வதிங்க.
- தவறுகளை மன்னியுங்க.
- ஞானம் கொடுங்க.

- இரட்சியுங்க.
- பரலோகத்திற்கு தகுதிப் படுத்துங்க.

இயேசுவின் நாமத்தில் ஜெபிக்கிறேன் பிதாவே, ஆமேன்.

31. மிஷினரிகளுக்கான ஜெபம்

அன்புள்ள தேவனே,

- மிஷினரிகளுக்காக நன்றி.
- நிறைய பேரை எழுப்புங்க.
- தேவைகளை சந்திங்க.
- வரங்கள் கொடுங்க.
- சபைகள் உருவாகட்டும்.

இயேசுவின் நாமத்தில் ஜெபிக்கிறேன் பிதாவே, ஆமேன்.

32. புதிய வருட பிறப்பு / *New Year Day*

அன்புள்ள தேவனே,

- புதிய வருஷத்திற்காக நன்றி.
- புது கிருபைகள் தாங்க.
- எங்களை ஆசீர்வதிங்க.
- எல்லாரையும் ஆசீர்வதிங்க.
- எல்லாரையும் இரட்சிங்க.
- பரலோகத்திற்கு தகுதிப் படுத்துங்க.
- என் கூட இருங்க.

* என்னோடு பேசுங்க.

இயேசுவின் நாமத்தில் ஜெபிக்கிறேன் பிதாவே, ஆமேன்.

33. பெரிய வெள்ளி / *Good Friday*

அன்புள்ள இயேசுவே,

* எனக்காக மரித்தீரே,
* ஜெயம் எடுத்திரே நன்றி.
* எல்லாரையும் இரட்சிங்க.
* பரலோகத்திற்கு தகுதிப் படுத்துங்க.

உங்க நாமத்தில் ஜெபிக்கிறேன், ஆமேன்.

34. ஈஸ்டர் ஞாயிறு / *Easter Sunday*

அன்புள்ள இயேசுவே,

* எங்களுக்காக பிறந்தீரே நன்றி.
* எங்களுக்காக மரித்தீரே நன்றி.
* எங்களுக்காக உயிரோடு எழுந்தீரே நன்றி.
* எல்லாரையும் இரட்சிங்க.
* பரலோகத்திற்கு தகுதிப் படுத்துங்க,

உங்க நாமத்தில் ஜெபிக்கிறேன், ஆமேன்.

35. கிறிஸ்துமஸ் / *Christmas Day*

அன்புள்ள இயேசுவே,

- எங்களுக்காக பிறந்தீரே நன்றி.
- சந்தோஷம் தந்தீரே நன்றி.
- இரட்சிப்பை தந்தீரே நன்றி.
- எல்லாரையும் இரட்சிங்க.
- பரலோகத்திற்கு தகுதிப் படுத்துங்க.

உங்க நாமத்தில் ஜெபிக்கிறேன், ஆமென்.

36. மகளிர் தினம் / Women Day

அன்புள்ள தேவனே,

- பெண்கள் அனைவரையும் ஆசீர்வதிங்க.
- இரட்சிங்க.
- பரலோகத்திற்கு தகுதிப் படுத்துங்க.

இயேசுவின் நாமத்தில் ஜெபிக்கிறேன் பிதாவே, ஆமென்.

37. அன்னையர் தினம் / Mothers Day

அன்புள்ள தேவனே,

- அம்மாவை ஆசீர்வதிங்க.
- எல்லா அன்னையரையும் ஆசீர்வதிங்க.
- இரட்சிங்க.
- பரலோகத்திற்கு தகுதிப் படுத்துங்க.

இயேசுவின் நாமத்தில் ஜெபிக்கிறேன் பிதாவே, ஆமென்.

38. தந்தையர் தினம் / *Fathers Day*

அன்புள்ள தேவனே,

- அப்பாவை ஆசீர்வதிங்க.
- எல்லா அப்பாக்களையும் ஆசீர்வதிங்க.
- இரட்சிங்க.
- பரலோகத்திற்கு தகுதிப் படுத்துங்க.

இயேசுவின் நாமத்தில் ஜெபிக்கிறேன் பிதாவே, ஆமேன்.

39. குடியரசு தினம் / *Repubic Day*

அன்புள்ள தேவனே,

- இந்தியாவிற்காக நன்றி.
- இந்தியாவின் சட்டங்களுக்காக நன்றி.
- அனைவரையும் ஆசீர்வதிங்க.
- இரட்சிங்க.
- பரலோகத்திற்கு தகுதிப் படுத்துங்க.

இயேசுவின் நாமத்தில் ஜெபிக்கிறேன் பிதாவே, ஆமேன்.

40. சுதந்திர தினம் / *Independence Day*

அன்புள்ள தேவனே,

- சுதந்திர தினத்திற்காக நன்றி.
- அடிமைத்தனத்தில் விடுதலை அடையட்டும்.
- எல்லாரையும் ஆசீர்வதிங்க.

- இரட்சிங்க.
- பரலோகத்திற்கு தகுதிப் படுத்துங்க.

இயேசுவின் நாமத்தில் ஜெபிக்கிறேன் பிதாவே, ஆமேன்.

பாகம் 2:

5 வயதுக்கு மேல் உள்ள சிறுவர்களுக்கு

1. ஸ்தோத்திர ஜெபம்

துதிகளின் தேவனே,

- உங்களுக்கு ஸ்தோத்திரம்
- அப்பா பிதாவே ஸ்தோத்திரம்
- குமாரனாகிய இயேசுவே ஸ்தோத்திரம்
- பரிசுத்த ஆவியானவரே ஸ்தோத்திரம்
- திரியேக தேவனே ஸ்தோத்திரம்
- சர்வ வல்லவரே ஸ்தோத்திரம்
- சர்வ ஞானியே ஸ்தோத்திரம்
- சர்வ வியாபியே ஸ்தோத்திரம்
- நல்லவரே ஸ்தோத்திரம்
- வல்லவரே ஸ்தோத்திரம்
- பரிசுத்தரே ஸ்தோத்திரம்
- காண்பவரே ஸ்தோத்திரம்
- காப்பவரே ஸ்தோத்திரம்
- கருணை உள்ளவரே ஸ்தோத்திரம்
- எங்க கூட இருப்பவரே ஸ்தோத்திரம்

துதி, கனம், மகிமை அனைத்தும் உங்களுக்கே, இயேசுவின் நாமத்தில் ஆமேன்.

குறிப்பு: புதிய குறிப்புகளை நீ சேர்த்துக் கொண்டே இரு, மறவாதே.

2. நன்றியின் ஜெபம்

நல்ல ஆண்டவரே,

- இந்த நாளுக்காக நன்றி

- என் கூட இருப்பதற்காக நன்றி
- உங்க கிருபைக்காக நன்றி
- உங்க அன்புக்காக நன்றி
- உங்க வசனத்திற்காக நன்றி
- உங்க பரிசுத்த ஆவிக்காக நன்றி
- தேவைகளை சந்திச்சீங்க நன்றி
- பாதுகாத்தீங்க நன்றி
- ஆசீர்வதிச்சீங்க நன்றி
- ஆரோக்கியத்திற்கு நன்றி
- நல்ல படிப்புக்காக நன்றி
- நல்ல டீச்சருக்காக நன்றி
- தப்பு பண்ணாம காத்தீங்க நன்றி
- நல்லது செய்ய வச்சீங்க நன்றி
- சந்தோஷத்திற்காக நன்றி
- சமாதானத்திற்காக நன்றி
- அப்பா அம்மாவுக்காக நன்றி
- அண்ணனுக்காக / தம்பிக்காக / அக்காக்காக / தங்கச்சிக்காக நன்றி
- தாத்தா பாட்டிக்காக நன்றி

இயேசுவின் நாமத்தில் ஆமேன்.

குறிப்பு: புதிய குறிப்புகளை நீ சேர்த்துக் கொண்டே இரு, மறவாதே.

3. கிருபையின் ஜெபம்

கிருபையுள்ள தேவனே,

- உங்க கிருபைக்காக நன்றி
- எங்கள் மீது கிருபையாய் இருங்க
- எங்க பாவத்தை கிருபையாய் மன்னிங்க

- பரிசுத்தமாய் வாழ கிருபை தாங்க
- உங்களுக்கு பிரியமாய் நடக்க கிருபை தாங்க
- உங்க சத்தம் கேட்க கிருபை தாங்க
- உங்க சித்தம் அறிந்துக்கொள்ள கிருபை தாங்க
- உங்க திட்டம் நிறைவேற்ற கிருபை தாங்க
- ஏழைகளுக்கு உதவி செய்ய கிருபை தாங்க
- ஆவிக்குரிய வாழ்வில் வளர கிருபை தாங்க
- நீதிமானாய் இருக்க கிருபை தாங்க
- உத்தமனாய் இருக்க கிருபை தாங்க
- தினமும் புது கிருபையால் நிரப்புங்க

இயேசுவின் நாமத்தில் ஆமேன்.

<u>குறிப்பு:</u> புதிய குறிப்புகளை நீ சேர்த்துக் கொண்டே இரு, மறவாதே.

4. *பரமண்டல ஜெபம் – மத் 6:9–13*

பரமண்டலங்களிலிருக்கிற எங்கள் பிதாவே,

- உம்முடைய நாமம் பரிசுத்தப்படுவதாக.
- உம்முடைய ராஜ்யம் வருவதாக;
- உம்முடைய சித்தம் பரமண்டலத்திலே செய்யப்படுகிறது போலப் பூமியிலேயும் செய்யப்படுவதாக.
- எங்களுக்கு வேண்டிய ஆகாரத்தை இன்று எங்களுக்குத் தாரும்.
- எங்கள் கடனாளிகளுக்கு நாங்கள் மன்னிக்கிறதுபோல எங்கள் கடன்களை எங்களுக்கு மன்னியும்.

* எங்களைச் சோதனைக்குட்படப்பண்ணாமல்,
தீமையினின்று எங்களை இரட்சித்துக்கொள்ளும்,
* ராஜ்யமும், வல்லமையும், மகிமையும்
என்றென்றைக்கும் உம்முடையவைகளே,

ஆமென்.

5.   முழு சரீர ஜெபம் / *Full Body Prayer*

அன்புள்ள தேவனே, குறைகளை மன்னிங்க.
பரிசுத்தப் படுத்துங்க. பரலோகத்திற்கு தகுதிப்
படுத்துங்க.

* தலை
  o நல்லதையே நினைக்கனும்
  o உங்களுக்கு பிடிச்சத நினைக்கனும்
  o படிக்கிற வசனம் ஞாபகம் இருக்கட்டும்
  o படிக்கிற *School* பாடம் ஞாபகம்
    இருக்கட்டும்
  o அறிவுரை, ஆலோசனைகள் ஞாபகம்
    இருக்கட்டும்

* கண்
  o நல்லதையே பார்க்கனும்
  o உங்களுக்கு பிடிச்சத பார்க்கனும்
  o டிவி, மொபைல் பார்க்கக் கூடாது

* காது
  o நல்லதையே கேட்கனும்
  o உங்களுக்கு பிடிச்சத கேட்கனும்
  o வசனம் அதிகம் கேட்கனும்
  o உங்க சத்தம் கேட்கனும்
  o அம்மா, அப்பா பேச்சை கேட்கனும்

Bible Minutes

- வாய்
  - நல்லதையே பேசனும்
  - உங்களுக்கு பிடிச்சத பேசனும்
  - குறை சொல்லக் கூடாது
  - அன்பாய் பேசனும்
  - பைபிள் படிக்கனும்
  - ஜெபம் பண்ண மறக்கக் கூடாது

- வயிறு
  - Junk Foods சாப்பிடக் கூடாது
  - Hotel Food சாப்பிடக் கூடாது
  - நல்லதையே சாப்பிடனும்

- கை
  - நல்லதையே செய்யனும்
  - உங்களுக்கு பிடிச்சத செய்யனும்
  - Games ஆசைக் கூடாது

- கால்
  - நல்ல வழியில் நடக்கனும்
  - உங்களுக்கு பிடிச்ச மாதிரி நடக்கனும்
  - தப்பான பாதையில் போகக் கூடாது
  - உங்க வசனத்துக்கு கிழ்படிந்து நடக்கனும்
  - அம்மா, அப்பாக்கு கீழ்படிந்து நடக்கனும்

- முழு சரீரம்
  - உங்க சித்தம் செய்யனும்
  - உங்க திட்டம் நிறைவேற்றனும்
  - நல்லவனாய் / நல்லவளாய் இருக்கனும்
  - நீதிமானாய் இருக்கனும்
  - உத்தமனாய் இருக்கனும்
  - பரிசுத்தமாய் வாழனும்

- o ஆவியின் கனிக் கொடுக்கனும்
- o சீஷனாய் மாறனும்
- o உங்க பிள்ளையாய் வாழனும்
- o பரலோகம் வரனும்

கிருபை தாங்க. என் கூட இருங்க. என்னோடு பேசுங்க. ஆசீர்வதிங்க. இயேசுவின் நாமத்தில் ஜெபிக்கிறேன் பிதாவே, ஆமேன்.

குறிப்பு: புதிய குறிப்புகளை நீ சேர்த்துக் கொண்டே இரு, மறவாதே.

6. காலை ஜெபம்

அன்புள்ள பிதாவே, இந்த நாளுக்காக நன்றி. இந்த நாளை ஆசீர்வதிங்க. காத்துக் கொள்ளுங்க. நல்லதையே சிந்திக்கனும், நல்லதையே பேசனும், நல்லதையே செய்யனும். என் கூட இருங்க. என்னோடு பேசுங்க. உங்க சத்தம் கேட்கனும். உங்க சித்தம் செய்யனும். புது கிருபை கொடுங்க. ஆவியின் கனியில் வளரனும். வரங்கள் கொடுங்க. நான் மத்தவங்களுக்கு ஆசீர்வாத இருக்க வைங்க. இயேசுவின் நாமத்தில் ஜெபிக்கிறேன் பிதாவே, ஆமேன்.

7. இரவு ஜெபம்

அன்புள்ள தேவனே, இந்த நாளை ஆசீர்வதிச்சீங்க நன்றி. என்னுடைய தவறுகளை மன்னியுங்க. பரிசுத்தமாய் இருக்க கிருபை தாங்க. நல்லது ஞாபகம் இருக்கட்டும். கெட்டது மறந்து போகட்டும். இரவு நல்ல தூக்கம் தாங்க. பாதுகாப்பு கொடுங்க.

காலையில் சீக்கிரம் எழும்பனும். என் கூட இருங்க. என்னோடு பேசுங்க. இயேசுவின் நாமத்தில் ஜெபிக்கிறேன் பிதாவே, ஆமேன்.

8. வேத வாசிப்புக்கு முன்

- உமது வேதத்திலுள்ள அதிசயங்களை நான் பார்க்கும்படிக்கு **என் கண்களைத்** திறந்தருளும் - [சங் 119:18]

- கற்றுக் கொள்ளுகிறவர்களைப் போல கவனித்து கேட்கும்படி **என் செவிகளைத்** திறந்தருளும் - [ஏசா 50:4,5]

- உமது வேதத்தில் சொல்லப்பட்டவைகளை கவனிக்கும்படி **என் இருதயத்தைத்** திறந்தருளும் - [அப் 16:14]

ஆமேன்!

9. வேத வாசிப்புக்குப் பின்

அன்புள்ள தேவனே, உமது வசனங்களுக்காக நன்றி. இந்த வசனங்களுக்கு கீழ்ப்படிந்து நடக்க கிருபை தாங்க. மனதில் தங்க வைங்க. உங்களுக்கும் இந்த வசனத்துக்கும் சாட்சியாய் வாழ கிருபை தாங்க. இயேசுவின் நாமத்தில் ஜெபிக்கிறேன் பிதாவே, ஆமேன்.

10. சாப்பிடும் முன்

அன்புள்ள தேவனே, இந்த சாப்பாட்டுக்காக நன்றி. இதை ஆசீர்வதிங்க. இதில் உள்ள நச்சுத் தன்மையை

நீக்கி ஆரோக்கியப் படுத்துங்க. இயேசுவின் நாமத்தில் ஜெபிக்கிறேன் பிதாவே, ஆமேன்.

11. பள்ளிப் போகும் முன்

அன்புள்ள தேவனே, போக்கிலும் வரத்திலும் பாதுகாப்புக் கொடுங்க. ஆபத்து விபத்துகளில் இருந்து பாதுகாத்துக் கொள்ளுங்க. கவனமாய் கற்றுக்கொள்ள உதவி செய்யுங்க. ஞானமும் ஞாபக சக்தியும் தாங்க. எல்லாரிடமும் அன்பாய் பழக உதவி செய்யுங்க. கெட்டவங்க கிட்ட பழகாம இருக்க உதவி செய்யுங்க. உங்க பிள்ளைன்னு எல்லாரும் சொல்ற மாதிரி சாட்சியாய் நடக்க வைங்க. இயேசுவின் நாமத்தில் ஜெபிக்கிறேன் பிதாவே, ஆமேன்.

12. பாடம் படிக்கும் முன்

சர்வ ஞானியான தேவனே, கவனமாய் படிக்க வைங்க. புரிந்து படிக்க வைங்க. புரியாததை புரிய வைங்க. ஞானமும் ஞாபக சக்தியும் தாங்க. நல்ல Hand Writing தாங்க. என் கூட இருங்க. இயேசுவின் நாமத்தில் ஜெபிக்கிறேன் பிதாவே, ஆமேன்.

13. பரீட்சைக்கு முன்

அன்புள்ள தேவனே, நல்லபடியா எழுத வைங்க. படித்தது, கேட்டது எல்லாத்தையும் ஞாபகப் படுத்துங்க. Spellings சரியா எழுத வைங்க. முடிகிற நேரத்துக்குள் எழுத வைங்க. நல்ல அழகா எழுத வைங்க. எல்லாரும் நல்லா எழுத வைங்க. என் கூட

இருங்க. இயேசுவின் நாமத்தில் ஜெபிக்கிறேன் பிதாவே, ஆமேன்.

14. வெளியே போகும் முன்

அன்புள்ள தேவனே, போக்கிலும் வரத்திலும் பாதுகாப்புக் கொடுங்க. ஆபத்து விபத்துகளில் இருந்து பாதுகாத்துக் கொள்ளுங்க. என்னால் மற்றவர்களுக்கு எந்த தொந்தரவும் வரக்கூடாது. சுகத்தோடு போய், சுகத்தோடு வர உதவி செய்யுங்க. என் கூட வாங்க. இயேசுவின் நாமத்தில் ஜெபிக்கிறேன் பிதாவே, ஆமேன்.

15. வீட்டிற்கு வந்த பின்

அன்புள்ள தேவனே, பத்திரமாக, பாதுகாப்பாக, சுகத்தோடு திரும்ப வர வச்சீங்க, அதற்கு நன்றி. கெட்ட கிரிமிகள் எல்லாம் சாகட்டும். இயேசுவின் நாமத்தில் ஜெபிக்கிறேன் பிதாவே, ஆமேன்.

16. தனி ஜெபம்

அன்புள்ள தேவனே ஸ்தோத்திரம். இந்த நாளுக்காக நன்றி. நல்லா படிக்கனும். ஞானம் தாங்க. ஞாபகசக்தி தாங்க. சந்தோஷம், சமாதானம், சுகம், பெலன் கூட்டிக் கொடுங்க. வசனம் நிறைய படிக்கனும். புது பாட்டு கத்துக்கணும். ஆவியின் கனியில் வளரனும். வரங்கள் கொடுங்க. உங்க பிள்ளைன்னு எல்லாரும் சொல்ற மாதிரி சாட்சியாய் நடக்க வைங்க. உங்க சத்தம் கேட்கனும், உங்க சித்தம்

செய்யனும். என் கூட இருங்க. என்னோடு பேசுங்க. நிறைய கிருபை தாங்க. என்னையும் வீட்டையும் சுத்தி உங்க தூதர்கள் இருக்கட்டும். என் ஜெபம் கேட்டதற்கு நன்றி. இயேசுவின் நாமத்தில் ஜெபிக்கிறேன் பிதாவே, ஆமேன்.

17. குடும்ப ஜெபம்

அன்புள்ள தேவனே, இந்த நாளுக்காக நன்றி. அப்பா அம்மாவை ஆசீர்வதிங்க. அண்ணன்/தம்பிய ஆசீர்வதிங்க. அக்கா/தங்கச்சிய ஆசீர்வதிங்க. தாத்தா, பாட்டிய ஆசீர்வதிங்க. சொந்தக்காரங்க எல்லாரையும் ஆசீர்வதிங்க. உங்க சத்தம் கேட்கனும், உங்க சித்தம் செய்யனும். சந்தோஷம், சமாதானம், சுகம், பெலன் கூட்டிக் கொடுங்க. பாதுகாப்பு, கிருபை கொடுங்க. பெரியவர்களுக்கும், வசனத்திற்கும் கீழ்ப்படியனும். ஆவியின் கனியில் வளரனும். எங்க கூட இருங்க. இயேசுவின் நாமத்தில் ஜெபிக்கிறேன் பிதாவே, ஆமேன்.

18. ஞாயிறு / Sunday

அன்புள்ள தேவனே, இந்த நாளை ஆசீர்வதிங்க. சரியான நேரத்தில் Church-கு போகனும், உண்மையாய் கருத்தாய் பாடி ஆராதிக்கனும், உங்க வசனத்தை கேட்கனும். வசனத்துக்கு கீழ்ப்படியனும். ஆவிக்குரிய வாழ்வில் வளரனும். என் கூட இருங்க. என்னோடு பேசுங்க. நீங்க என்னோடு பேசுரத உணர வைங்க. இயேசுவின் நாமத்தில் ஜெபிக்கிறேன் பிதாவே, ஆமேன்.

19. சபை ஆரம்பிக்கும் முன்

அன்புள்ள தேவனே, சபைக்கு வர உதவி செய்தீங்க நன்றி. உண்மையாய் ஆராதிக்க, துதிக்க, ஜெபிக்க வைங்க. கவனமாய் வசனம் கேட்க கிருபை தாங்க. சரியா புரிஞ்சிக்க வைங்க. கற்றுக் கொண்டத மறக்கக் கூடாது. என்னோடு பேசுங்க. நீங்க என்னோடு பேசுரத உணர வைங்க. இயேசுவின் நாமத்தில் ஜெபிக்கிறேன் பிதாவே, ஆமேன்.

20. சபை ஆராதனை முடிந்தப் பின்

அன்புள்ள தேவனே, இந்த ஆராதனையை ஆசீர்வதிச்சீங்க நன்றி. கேட்ட வசனங்களுக்கு கீழ்படிந்து நடக்க உதவி செய்யுங்க. என்னோடு பேசுனதை மறக்கக் கூடாது. என் கூட இருந்து, என்னை நடத்துங்க. இயேசுவின் நாமத்தில் ஜெபிக்கிறேன் பிதாவே, ஆமேன்.

21. ஞாயிறு பள்ளி / Sunday School ஜெபம்

அன்புள்ள தேவனே, இன்று Sunday School -க்கு வர உதவி செய்தீங்க நன்றி. உண்மையாய் ஆராதிக்க, துதிக்க, ஜெபிக்க வைங்க. கவனமாய் வசனம் கேட்க கிருபை தாங்க. புது பாட்டுக் கத்துக்கணும். எல்லாருக்கும் ஞானம் தாங்க. எல்லாரும் வசனத்தில் வளரனும். எல்லாரும் வசனத்துக்கு கீழ்படியனும். எல்லாரும் உங்களுக்கு பிரியமாய் நடக்கணும். எல்லாரும் ஆவியின் கனியில் வளரனும். இயேசுவின் நாமத்தில் ஜெபிக்கிறேன் பிதாவே, ஆமேன்.

22. உறவினர் வீட்டில்

அன்புள்ள தேவனே, இந்த நாளுக்காக நன்றி. உறவினர்களை பார்க்க வச்சீங்க. அதற்கு நன்றி. இந்த வீட்டில் இருக்கும் பெரியவர்களை ஆசீர்வதிங்க. சிறியவர்களை ஆசீர்வதிங்க. இவர்கள் கையிட்டு செய்யும் எல்லாத்தையும் ஆசீர்வதிங்க. எல்லாரையும் காத்துக் கொள்ளுங்க. சந்தோஷம், சமாதானம், சுகம், பெலன் கூட்டிக் கொடுங்க. பாதுகாப்பு, கிருபை கொடுங்க. தேவைகள் சந்திங்க. இரட்சிங்க. பரிசுத்தப் படுத்துங்க. பரலோகத்திற்கு தகுதிப் படுத்துங்க. இயேசுவின் நாமத்தில் ஜெபிக்கிறேன் பிதாவே, ஆமேன்.

23. இரட்சிப்பின் ஜெபம்

(கோடிட்ட இடத்தில் நபரின் பெயரை சொல்லவும்)

அன்புள்ள தேவனே, _________ஐ ஆசீர்வதிங்க. பாவத்தை மன்னியுங்க. பரிசுத்தப் படுத்துங்க. இரட்சியுங்க. கிருபை, தயவு, இரக்கம் காட்டுங்க. காத்துக்கொள்ளுங்க. கூட இருங்க. ஆவியின் கனிக்கொடுக்க வைங்க. சீஷனாய் மாத்துங்க. பரலோகத்திற்கு தகுதிப் படுத்துங்க. இயேசுவின் நாமத்தில் ஜெபிக்கிறேன் பிதாவே, ஆமேன்.

24. ஆம்புலன்ஸ் ஜெபம்

அன்புள்ள தேவனே, ஆம்புலன்ஸ்ல போறவங்கல காப்பாத்துங்க. தேவைகள் சந்திங்க. பாவத்தை மன்னியுங்க. இரட்சிங்க. பரிசுத்தப் படுத்துங்க. பரலோகத்திற்கு தகுதிப் படுத்துங்க. மக்கள் அனைவரும் மற்றவர்களுக்கு உதவ தைரியத்தை கொடுங்க. அன்பை கொடுங்க. இரக்கத்தை கொடுங்க. எனக்கும், என் வீட்டாருக்கும் இப்படிப்பட்ட நிலைமை வராமல் காத்துக் கொள்ளுங்க. இயேசுவின் நாமத்தில் ஜெபிக்கிறேன் பிதாவே, ஆமேன்.

25. ஜன்னல் ஜெபம்

(ஜன்னல் வழியாக பார்க்கும் போது தெரிகிறவர்களுக்காக ஜெபிப்பது)

அன்புள்ள தேவனே, இந்த நபரை ஆசீர்வதிங்க. பாவத்தை மன்னியுங்க. பரிசுத்தப் படுத்துங்க. இரட்சிங்க. உங்க பிள்ளையாக மாத்துங்க. தேவைகளை சந்திங்க. சந்தோஷம், சமாதானம், சுகம், பெலன் கூட்டிக் கொடுங்க. சர்ச்க்கு கொண்டு வாங்க. பரலோகத்திற்கு தகுதிப் படுத்துங்க. இவருடைய குடும்பமும் இரட்சிக்கப்பட உதவி செய்யுங்க. இயேசுவின் நாமத்தில் ஜெபிக்கிறேன் பிதாவே, ஆமேன்.

26. எதிரிகளுக்கான ஜெபம்

அன்புள்ள தேவனே, என் எதிரிகளை ஆசீர்வதிங்க. சந்தோஷம், சமாதானம், சுகம், பெலன் கூட்டிக்

கொடுங்க. ஞானம் கொடுங்க. நல்ல குணம் கொடுங்க. இரட்சிங்க. உங்க பிள்ளைகளாக மாத்துங்க. பரலோகத்திற்கு தகுதிப் படுத்துங்க. அவர்கள் மீது இருக்கும் வெறுப்பை எடுத்து போடுங்க. அவர்கள் மீது அன்புக் காட்ட உதவி செய்யுங்க. இயேசுவின் நாமத்தில் ஜெபிக்கிறேன் பிதாவே, ஆமேன்.

27. ஆவிக்குரிய வளர்ச்சிக்கான ஜெபம்

அன்புள்ள தேவனே, என்ன ஆசீர்வதிங்க. என் பாவங்களை, தவறுகளை மன்னிங்க, பரிசுத்தப் படுத்துங்க. வசனம் படிக்கனும். புதுப்புது பாட்டு பாடனும். உங்க சத்தம் கேட்கனும். உங்க சித்தம் செய்யனும். பெரியவர்களுக்கும், வசனத்திற்கும் கீழ்ப்படியனும். ஆவியின் கனியில் வளரனும். பரிசுத்த ஆவியின் அபிஷேகம் தாங்க. வரங்கள் கொடுங்க. நிறைய கிருபை தாங்க. உங்க பிள்ளைன்னு எல்லாரும் சொல்ற மாதிரி சாட்சியாய் நடக்க வைங்க. என் கூட இருங்க. என்னோடு பேசுங்க. இயேசுவின் நாமத்தில் ஜெபிக்கிறேன் பிதாவே, ஆமேன்.

28. உலகப்பிரகாரமான வளர்ச்சிக்காக

அன்புள்ள தேவனே, நான் ஏழைகளுக்கு உதவி செய்யனும். நல்ல குணங்களில் வளரனும். நன்மை செய்யனும். நல்லதை நினைக்கனும். மன்னிக்கனும். இரக்கம் காட்டனும். எல்லாரிடமும் அன்பாய் இருக்கனும், ஞானம், அறிவு, புத்தியில் வளரனும். நல்லா படிக்கனும். கேட்கிற பாடம் புரியனும், ஞாபகத்தில் இருக்கனும். உங்க சித்தம் செய்யனும்.

கீழ்படிந்து நடக்கணும். உங்க பிள்ளைன்னு எல்லாரும் சொல்ற மாதிரி சாட்சியாய் நடக்க வைங்க. என் கூட இருங்க. என்னோடு பேசுங்க. இயேசுவின் நாமத்தில் ஜெபிக்கிறேன் பிதாவே, ஆமேன்.

29. பிறந்தநாள் / *Birthday*

அன்புள்ள தேவனே, உம்மை நேசிக்கிறேன். இந்த பிறந்த நாளுக்காக நன்றி. இந்த வருஷத்தை எனக்கு ஆசீர்வதிங்க. நான் செய்கிறதை ஆசீர்வதிங்க. புது கிருபைகள் தாங்க. ஞானம் தாங்க. ஞாபகசக்தி தாங்க. அம்மா அப்பாக்கு பிடிச்ச மாதிரி, உங்களுக்கு பிடிச்ச மாதிரி வாழ வைங்க. பரிசுத்தமாய் காத்துக் கொள்ளுங்க. என் கூட இருங்க. என்னோடு பேசுங்க. உங்க சத்தம் கேட்கணும், உங்க சித்தம் செய்யணும். பரலோகம் சேரனும், உதவி செய்யுங்க. சந்தோஷம், சமாதானம், சுகம், பெலன் கூட்டிக் கொடுங்க. உங்க சீஷனாய் வாழ கிருபை தாங்க. உங்களபற்றி மற்றவர்களுக்கு சொல்ல கிருபை தாங்க. உங்களுக்கு சாட்சியாக வாழ கிருபை தாங்க. எல்லாரையும் நேசிக்க கிருபை தாங்க. இயேசுவின் நாமத்தில் ஜெபிக்கிறேன் பிதாவே, ஆமேன்.

30. நண்பரின் பிறந்தநாள் / *Friend's Birthday*

(கோடிட்ட இடத்தில் உங்கள் நண்பர் பெயரை சொல்லவும்)

அன்புள்ள தேவனே, ___________க்காக நன்றி. ___________ ஆசீர்வதிங்க தவறுகளை மன்னியுங்க. பரிசுத்தப் படுத்துங்க. ஞானம் கொடுங்க. நல்லா படிக்கட்டும். பெற்றோர்களை ஆசீர்வதிங்க. மற்றவர்களுக்கு முன்மாதிரியாய் வாழட்டும்.

சந்தோஷம், சமாதானம், சுகம், பெலன் கூட்டிக் கொடுங்க. இரட்சியுங்க. உங்க பிள்ளையாய் மாற்றுங்க. பரலோகத்திற்கு தகுதிப் படுத்துங்க. இயேசுவின் நாமத்தில் ஜெபிக்கிறேன் பிதாவே, ஆமேன்.

31. மிஷினரிகளுக்கான ஜெபம்

அன்புள்ள தேவனே, மிஷினரிகளுக்காக நன்றி. இன்னும் நிறைய பேரை எழுப்புங்க. அவர்களை ஆசீர்வதிங்க. தேவைகளை சந்திங்க. வரங்கள் கிருபைகள் கூட்டிக் கொடுங்க. அநேகர் இரட்சிக்கப்படட்டும். சபைகள் உருவாகட்டும். இயேசுவின் நாமத்தில் ஜெபிக்கிறேன் பிதாவே, ஆமேன்.

32. புதிய வருட பிறப்பு / *New Year Day*

அன்புள்ள தேவனே, புதிய வருஷத்திற்காக நன்றி. புது கிருபைகள் தாங்க. என்ன ஆசீர்வதிங்க. என் குடும்பத்தை ஆசீர்வதிங்க. என் சபையை ஆசீர்வதிங்க. என் Friends-ஐ ஆசீர்வதிங்க. எல்லாரையும் ஆசீர்வதிங்க. சந்தோஷம், சமாதானம், சுகம், பெலன் கூட்டிக் கொடுங்க. உங்க சீஷனாய் வாழ கிருபை தாங்க. உங்களபற்றி மற்றவர்களுக்கு சொல்ல கிருபை தாங்க. உங்களுக்கு சாட்சியாக வாழ கிருபை தாங்க. எல்லாரையும் நேசிக்க கிருபை தாங்க. எல்லாரையும் இரட்சிங்க. பரலோகத்திற்கு தகுதிப் படுத்துங்க. என் கூட இருங்க. என்னோடு பேசுங்க. இயேசுவின் நாமத்தில் ஜெபிக்கிறேன் பிதாவே, ஆமேன்.

33. பெரிய வெள்ளி / *Good Friday*

அன்புள்ள இயேசுவே, எனக்காக, என்னுடைய பாவத்திற்காக, சாபத்திற்காக சிலுவையில் மரித்தீரே, ஜெயம் எடுத்திரே உமக்கு நன்றி. என் பாவங்களை மன்னியுங்க. உங்க இரத்தத்தால் பரிசுத்தம் பண்ணுங்க. நீதிமானாய் மாற்றுங்க. என் கூட இருங்க. என்னோடு பேசுங்க. உங்க சீஷனாய் வாழ கிருபை தாங்க. உங்களபற்றி மற்றவர்களுக்கு சொல்ல கிருபை தாங்க. உங்களுக்கு சாட்சியாக வாழ கிருபை தாங்க. எல்லாரையும் நேசிக்க கிருபை தாங்க. எல்லாரையும் இரட்சிங்க. பரலோகத்திற்கு தகுதிப் படுத்துங்க. உங்க நாமத்தில் ஜெபிக்கிறேன், ஆமேன்.

34. ஈஸ்டர் ஞாயிறு / *Easter Sunday*

அன்புள்ள இயேசுவே, எங்களுக்காக பூமியில் பிறந்தீரே நன்றி. எங்களுடைய பாவத்திற்காக மரித்தீரே நன்றி. முன்றாம் நாள் உயிரோடு எழுந்தீரே நன்றி. இன்றும் உயிரோடு இருக்கும் ஒரே கடவுளே உமக்கு நன்றி. உங்க சீஷனாய் வாழ கிருபை தாங்க. உங்களபற்றி மற்றவர்களுக்கு சொல்ல கிருபை தாங்க. உங்களுக்கு சாட்சியாக வாழ கிருபை தாங்க. எல்லாரையும் நேசிக்க கிருபை தாங்க. எல்லாரையும் இரட்சிங்க. பரலோகத்திற்கு தகுதிப் படுத்துங்க, உங்க நாமத்தில் ஜெபிக்கிறேன், ஆமேன்.

35. கிறிஸ்துமஸ் / *Christmas Day*

அன்புள்ள இயேசுவே, எங்களுக்காக பூமியில் பிறந்தீரே நன்றி. சந்தோஷம் தந்தீரே நன்றி. சமாதானம் தந்தீரே நன்றி. பாவ மன்னிப்பை தந்தீரே நன்றி. இரட்சிப்பை தந்தீரே நன்றி. உங்க சீஷனாய் வாழ கிருபை தாங்க. உங்களபற்றி மற்றவர்களுக்கு சொல்ல கிருபை தாங்க. உங்களுக்கு சாட்சியாக வாழ கிருபை தாங்க. எல்லாரையும் நேசிக்க கிருபை தாங்க. எல்லாரையும் இரட்சிங்க. பரலோகத்திற்கு தகுதிப் படுத்துங்க. உங்க நாமத்தில் ஜெபிக்கிறேன், ஆமேன்.

36. மகளிர் தினம் / *Women Day*

அன்புள்ள தேவனே, பெண்கள் அனைவரையும் ஆசீர்வதிங்க. என்னுடைய அம்மா, பாட்டி, அக்கா, தங்கச்சி, சித்தி, அத்தை எல்லாரையும் அசீர்வதிங்க. சந்தோஷம், சமாதானம், சுகம், பெலன் கூட்டிக் கொடுங்க. இரட்சிங்க. பரலோகத்திற்கு தகுதிப் படுத்துங்க. இயேசுவின் நாமத்தில் ஜெபிக்கிறேன் பிதாவே, ஆமேன்.

37. அன்னையர் தினம் / *Mothers Day*

அன்புள்ள தேவனே, நீங்க கொடுத்த அம்மாவுக்காக நன்றி. அம்மாவை ஆசீர்வதிங்க. ஆயுசு நாட்களைக் கூட்டிக் கொடுங்க. எல்லா அன்னையரையும் ஆசீர்வதிங்க. சந்தோஷம், சமாதானம், சுகம், பெலன் கூட்டிக் கொடுங்க. இரட்சிங்க. பரலோகத்திற்கு தகுதிப் படுத்துங்க. அம்மாவோட மனசு கஷ்டப்படாம நடக்க உதவி

செய்யுங்க. அம்மாக்கு கீழ்படிய உதவி செய்யுங்க. இயேசுவின் நாமத்தில் ஜெபிக்கிறேன் பிதாவே, ஆமேன்.

38. தந்தையர் தினம் / *Fathers Day*

அன்புள்ள தேவனே, நீங்க கொடுத்த அப்பாவுக்காக நன்றி. அப்பாவை ஆசீர்வதிங்க. ஆயுசு நாட்களைக் கூட்டிக் கொடுங்க. எல்லா அப்பாக்களையும் ஆசீர்வதிங்க. சந்தோஷம், சமாதானம், சுகம், பெலன் கூட்டிக் கொடுங்க. இரட்சிங்க. பரலோகத்திற்கு தகுதிப் படுத்துங்க. அப்பாவோட மனசு கஷ்டப்படாம நடக்க உதவி செய்யுங்க. அப்பாக்கு கீழ்படிய உதவி செய்யுங்க. இயேசுவின் நாமத்தில் ஜெபிக்கிறேன் பிதாவே, ஆமேன்.

39. குடியரசு தினம் / *Repubic Day*

அன்புள்ள தேவனே, இந்தியாவிற்காக நன்றி. இந்தியாவின் சட்டங்களுக்காக நன்றி. நல்ல சட்டங்கள் வரட்டும். தவறான சட்டங்கள் மாற்றப் படட்டும். நீதி நியாயம் எங்கும் உண்டாகட்டும். எல்லாரும் சட்டத்திற்கு கீழ்படிந்து நடக்கட்டும். அனைவரையும் ஆசீர்வதிங்க. சந்தோஷம், சமாதானம், சுகம், பெலன் கூட்டிக் கொடுங்க. இரட்சிங்க. பரலோகத்திற்கு தகுதிப் படுத்துங்க. இயேசுவின் நாமத்தில் ஜெபிக்கிறேன் பிதாவே, ஆமேன்.

40. சுதந்திர தினம் / *Independence Day*

அன்புள்ள தேவனே, சுதந்திர தினத்திற்காக நன்றி. எல்லாரும் பாவத்தில் இருந்து விடுதலை அடையட்டும். சாபத்தில் இருந்து விடுதலை அடையட்டும். Mobile, TV, Games போன்ற அடிமைத்தனத்தில் இருந்து விடுதலை அடையட்டும். பாவ பழக்கத்தில் இருந்து விடுதலை அடையட்டும். மற்ற அடிமைத்தனத்தில் இருந்தும் விடுதலை அடையட்டும். எல்லாரையும் ஆசீர்வதிங்க. சந்தோஷம், சமாதானம், சுகம், பெலன் கூட்டிக் கொடுங்க. இரட்சிங்க. பரலோகத்திற்கு தகுதிப் படுத்துங்க. இயேசுவின் நாமத்தில் ஜெபிக்கிறேன் பிதாவே, ஆமேன்.

எங்களின் இதர நூல்கள் *(Printed / E-Books)*

1. ஒரு வருட வேத வாசிப்பு திட்டம்
2. *One Year Bible Reading Plan*
3. சங்கீதமும் நீதிமொழிகளும்
4. சங்கீத புத்தகத்திலுள்ள ஜெபங்கள்
5. தமிழ் - வேதாகம மனப்பாட வசனங்கள் பாகம் 1
6. தமிழ் - வேதாகம மனப்பாட வசனங்கள் பாகம் 2
7. *Tanglish - Vedaagama Manappaada Vasanagal Bagam 1*
8. *Tanglish - Vedaagama Manappaada Vasanagal Bagam 2*
9. *Bible Memory Verses Volume 1*
10. *Bible Memory Verses Volume 2*
11. *Bible Coloring Books 01 Creation [Tamil, English]*
12. *Bible Coloring Books 02 Adam and Eve [Tamil, English]*
13. *Bible Coloring Books 03 Cain and Abel [Tamil, English]*
14. *Bible Coloring Books 04 Noah [Tamil, English]*
15. ஞாயிறு பள்ளி பாடங்கள் - தொடக்கநிலை - பாகம் 1
16. *Tanglish - Gnayiru Palli Paadangal - Thodakkanilai - Baagam 1*
17. *Bible Coloring Book for Sunday School Syllabus Beginners - Volume 1*
18. வேதாகம தியானங்கள் பாகம் 1 40 லெந்து நாட்கள் [ஆசிரியர்: கிளாடிஸ் சுகந்தி ஹாசிலிட்]
19. வேதாகம தியானங்கள் பாகம் 2 40 லெந்து நாட்கள் [ஆசிரியர்: கிளாடிஸ் சுகந்தி ஹாசிலிட்]

20. வேதாகம தியானங்கள் பாகம் 3 - [25 கிறிஸ்மஸ் தியானங்கள். ஆசிரியர்: கிளாடிஸ் சுகந்தி ஹாசிலிட்]

21. வேதாகம தியானங்கள் பாகம் 4 [365 நாட்கள். ஆசிரியர்: கிளாடிஸ் சுகந்தி ஹாசிலிட்]

22. தம்பிரான் வணக்கம் 1578 [ஆசிரியர்: பழங்காசு சீனிவாசன், ஏசுதாஸ் சாலொமோன்]

23. தமிழ் பைபிள் 1714 பாகம் 1 (மத்தேயு முதல் அப்போஸ்தலருடைய நடபடிகள் வரை)

24. தமிழ் பைபிள் 1714 பாகம் 2 (ரோமர் முதல் வெளிப்படுத்தல் வரை)

25. ஒருவருட வேதாகமம் (தமிழ், *English, Telugu, Kannada, Malayalam, Hindi*)

26. ஒருவருட வேதாகமம் - சம்பவங்கள் நடந்த கால வரிசைப்படி (தமிழ், *English, Telugu, Kannada, Malayalam, Hindi*)

27. தமிழ் வேதாகம ஒத்தவாக்கிய விளக்கவுரை

28. அபிஷேகம் [ஆசிரியர்: *Rev. Dr. A.* பிரகாசம்]

29. என் வாழ்வில் தேவனுடைய கிருபை [ஆசிரியர்: *Rev. Dr. A.* பிரகாசம்]

30. தமிழ் இணைநிலை வேதாகமங்கள்

31. *English Parallel Bibles*

32. கர்த்தருக்குச் சித்தம் [ஆசிரியர்: *Rev. Dr. A.* பிரகாசம்]

33. சீகன்பால்குவின் ஓலைச்சுவடி பிரசங்கங்கள்

34. தமிழ் வேதாகம பழைய மொழிபெயர்ப்புகள்